Sa mga Magulang, Guro, Daycare Workers, at Mananalaysay

Karaniwang ipinapantakot sa mga bata ang multo at maligno para huwag silang maglikot at mangulit. Madaling nakapamamahay ang mga maligno sa imahinasyon ng bata lalo na kapag madilim at hindi nakikita ng bata ang kaniyang paligid. Natatakot tuloy sila sa dilim. Ang kuwentong ito ay tungkol sa isang batang nakaigpaw sa kaniyang takot sa dilim nang malaman niyang magagandang bagay pala—at hindi mga salbaheng maligno—ang makikita kapag madilim.

Adarna House
Sagisag Pangkalakal ng Adarna House, Inc.

Unang limbag ng unang edisyon, 1998
Unang limbag ng ikatlong edisyon, 2003

Gawa at limbag sa Filipinas
Inilathala ng Adarna House, Inc.
Room 102 JGS Bldg., 30 Scout Tuason St., Quezon City, Philippines
Telefax: (632) 372-3548
E-mail: adarnahouse@adarna.com.ph
URL: www.adarna.com.ph

Kuwento ni Aleli Dew Batnag
Guhit ni Paul Eric Roca

ISBN 971-508-046-4

Para sa mga puna at mungkahi, tumawag sa Adarna House sa telepono blg. 372-3548 o
sumulat sa Room 102 JGS Bldg., 30 Scout Tuason St., Quezon City o kaya naman,
mag-e-mail sa adarnahouse@adarna.com.ph.

Si Ching na takót sa dilim

Kuwento ni
ALELI DEW BATNAG

Guhit ni
PAUL ERIC ROCA

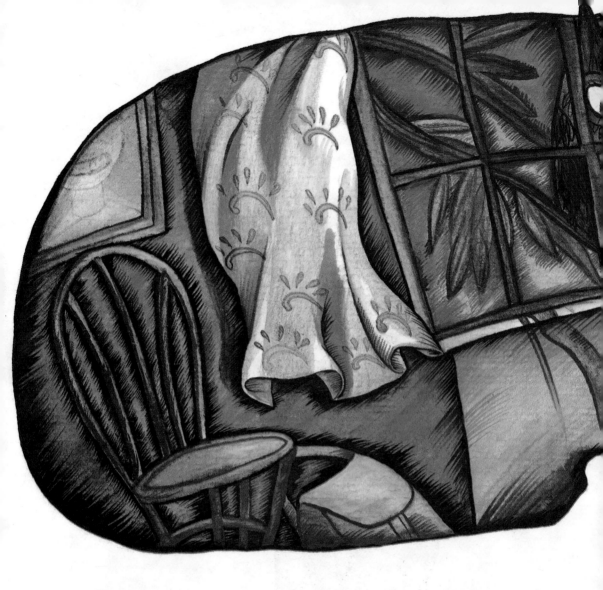

Si Ching ay takot sa dilim.

Kapag gabi na, natatakot siyang lumabas sa madilim na bakuran. Natatakot siyang pumasok sa mga gilid na walang ilaw. Hanggang sa pagtulog, gusto niyang nakasindi ang maliit na ilaw sa sulok ng kaniyang silid.

Sa isip ni Ching, baka may bumabang kapre mula sa taas ng malaking punong mangga sa madilim na bakuran. O may mga higanteng galamay na susunggab sa kaniya sa loob ng madilim na silid.

Tinatakot kasi siya ng mga pinsan niya. Sabi nila, sa dilim lumilitaw ang mga maligno, mga multo, at iba pang nakatatakot na nilalang.

"Huwag kang lalabas ng bahay, Ching, baka kunin ka ng tikbalang!" pananakot sa kaniya ni Kuya Jon.

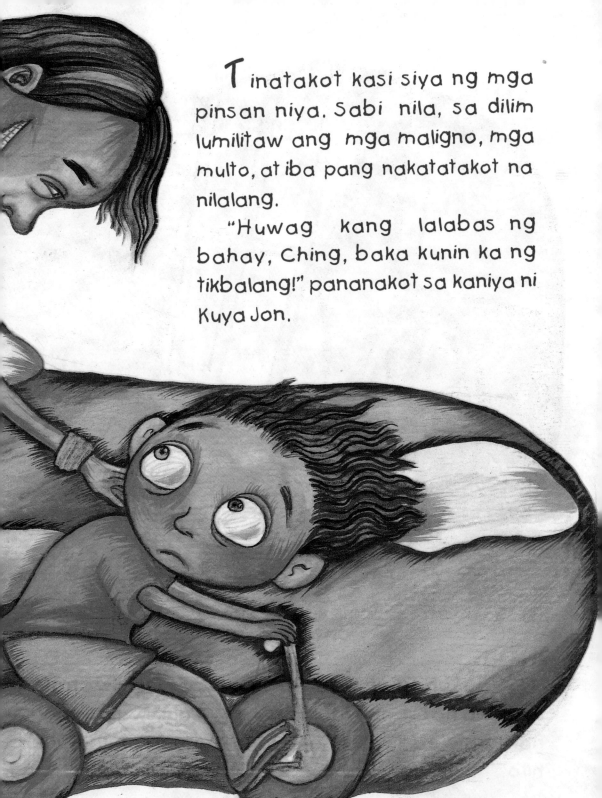

Pag nag-umaga na, pagsilay ng liwanag, malakas na ulit ang loob ni Ching. Naniniwala siyang nalulusaw sa liwanag ang mga maligno at kampon nito.

Nakiusap ito sa ina . . . ng ito ang sang-maliit
ania . . . na may kasamang dalawang batang . . .
wong-tiyuwa si Chinqi, padating ng anh . . .
. . . haw ibig as niya ang iwang na . . . erta so dilim

Nang dumating ang kaarawan ni Ching, rinegaluhan siya ng kaniyang Tito Ed ng isang maliit na lente na may kasamang dalawang baterya.

Tuwang-tuwa si Ching! Pagdating ng gabi, iwinawasiwas niya ang liwanag ng lente sa dilim.

Gumuguhit ang liwanag ng lente sa dilim sa bakuran. Iniikot-ikot niya ang bilog na liwanag sa mga dingding ng silid. Kasama niya ang lente hanggang sa pagtulog.

"Ha! Takot n'yo lang ngayon sa liwanag ko!" banta pa ni Ching sa mga di-nakikitang maligno sa dilim. Mas malakas na ang loob ngayon ni Ching.

Isang gabi, iniwan siyang mag-isa ng kaniyang nanay sa bahay.

"O Ching, pupunta lang ako sa tindahan sa kanto para magbayad ng utang," paalam ng kaniyang nanay. At umalis na ang kaniyang nanay.

Maya-maya...Biglang dilim! Namatay lahat ng ilaw!

"Brownout!" anong gulat ni Ching. Agad niyang dinukot sa bulsa ang lente niya, at – tsing! Hinati ng sinag ng lente ang dilim.

Pero teka...unti-unting lumabo ang ilaw ng lente ni Ching...hanggang mawala ang sindi nito. Ubos na pala ang baterya!

Takot na takot si Ching! Napakadilim! At wala pa ang nanay niya! Pumikit na lang si Ching at hinintay na dakmain siya ng mga malamig at mabalahibong kamay ng mga maligno...

"Ayan na, ayan na..." nanginginig na bulong ni Ching habang nakaupo sa dilim. Ngunit pagdilat niya, nag-iisa pa rin siya. Wala kahit isang anino ng maligno.

At napansin ni Ching, unti-unti niyang naaaninag ang loob ng bahay. Parang lumilinaw ang mata niya sa dilim.

Humakbang siyang dahan-dahan, at – klonk! Natisod niya ang nakakalat niyang laruan sa sahig. Nangapa ang mga paa niya patungo sa sala. At napansin niyang may kumikinang sa dingding – umaandap na kulay luntian ang mga numero sa malaking orasan sa dingding!

May napansin din siyang kumikinang sa plato na nakapatong sa lamesita sa sala; ang mga bato at lumot pala na uwi sa kaniya ng tita niyang *mountaineer* na umakyat sa Sierra Madre. Makinang ang mga ito sa dilim!

Dahan-dahan siyang humakbang patungo sa may pintuan. Bigla siyang kinilabutan sa nakita niya: isang kumikinang na maliit na kristal na lumulutang palapit sa kaniya. Hindi na nakatinag sa takot si Ching.

"Rrungewww?"

Ang alaga niyang si Polding! Kumikinang pala ang mga mata ng pusa sa dilim, naisip ni Ching.

Hay! Nakahinga rin siya nang maluwag!

Naglakas-loob si Ching na lumabas sa bakuran. Naaninag niya ang mga puno at halaman. Aandap-andap ang mga kandila sa bintana ng kanilang mga kapitbahay.

Tumingala si Ching at namangha siya sa kaniyang nakita: milyon-milyong mga bituin ang kumikislap,

tumatawag ng pansin sa bughaw-lilang langit.

Parang milyon-milyong mga lente sa malawak na gabi.

Napansin niyang isang bituin ang lumutang at dumapo sa puno. At may iba pang lumulutang-lutang na mga bituin—

Mga alitaptap! Mga may pakpak na ilaw-dagitab.

"Ang ganda pala pag ganitong madilim! Ang dami palang makikita kahit madilim!" manghang nasabi ni Ching sa sarili.

Maya-maya pa, may naghiyawan sa mga kapitbahay at halos sabay-sabay na lumiwanag ang mga kabahayan, pati ang kina Ching.

"May ilaw na!"

Nang gabing iyon, hindi na mga maligno ang naiisip ni Ching sa dilim. Bago siya mahiga, bahagyang binuksan ni Ching ang bintana at sinabi sa kaniyang nanay:

"Pakipatay na po ang ilaw sa silid, 'Nay."

At tinanaw ni Ching ang mga bituin sa labas ng bintana bago siya pumikit at natulog nang mahimbing.

TULONG SA PAG-AARAL

Gaya sa kuwentong *Si Ching na Takot sa Dilim*, may mga batang takot na takot tuwing sumasapit ang gabi. Maraming maligno ang naglalaro sa kanilang imahinasyon. Ngunit natuklasan ni Ching na marami palang magandang bagay na nakikita kapag patay ang ilaw o walang liwanag. Makatutulong ang kuwento na maipaunawa sa bata na maaaring lagpasan ang takot sa anumang bagay.

Sabjek	Mga Paksa para sa Talakayan
Pagbasa	Paglalarawan ng pangunahing tauhan Pag-alaala ng mahahalagang detalye sa kuwento Pagsunod-sunod ng mga pangyayari Pagbigay ng buod ng kuwento Pagtukoy ng pangunahing diwa
Halagahan	Pagkakaroon ng lakas ng loob na malagpasan ang mga bagay na kinatatakutan
Agham	Mga katangian ng liwanag *(characteristics and properties of light)* Mga pinagmumulan ng liwanag *(sources of light)* Mga gamit ng liwanag Paggawa ng anino
Filipino	Mga pandiwa Mga panlapi Mga pang-uri
Sining	Paggawa ng mga *shadow puppets*